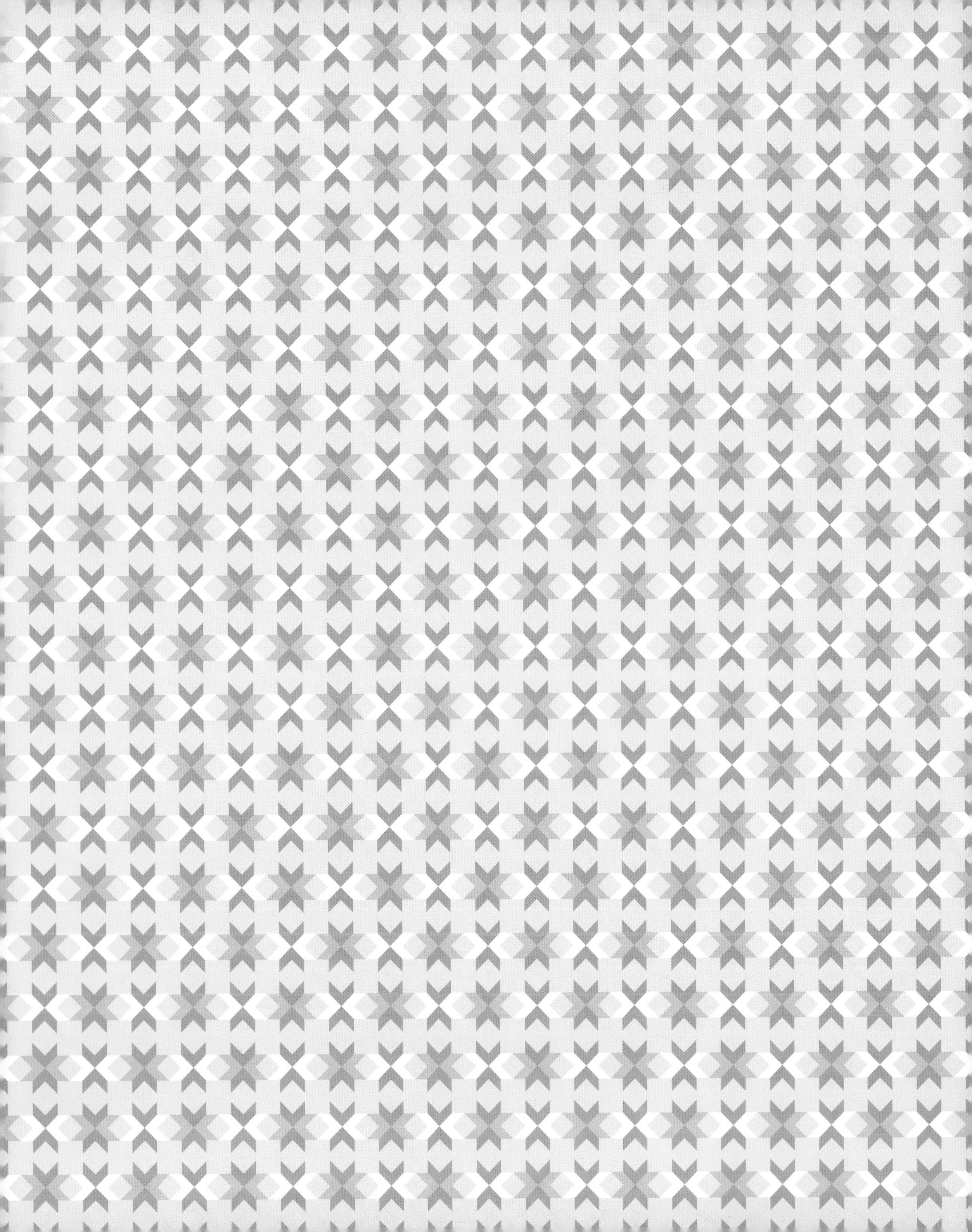

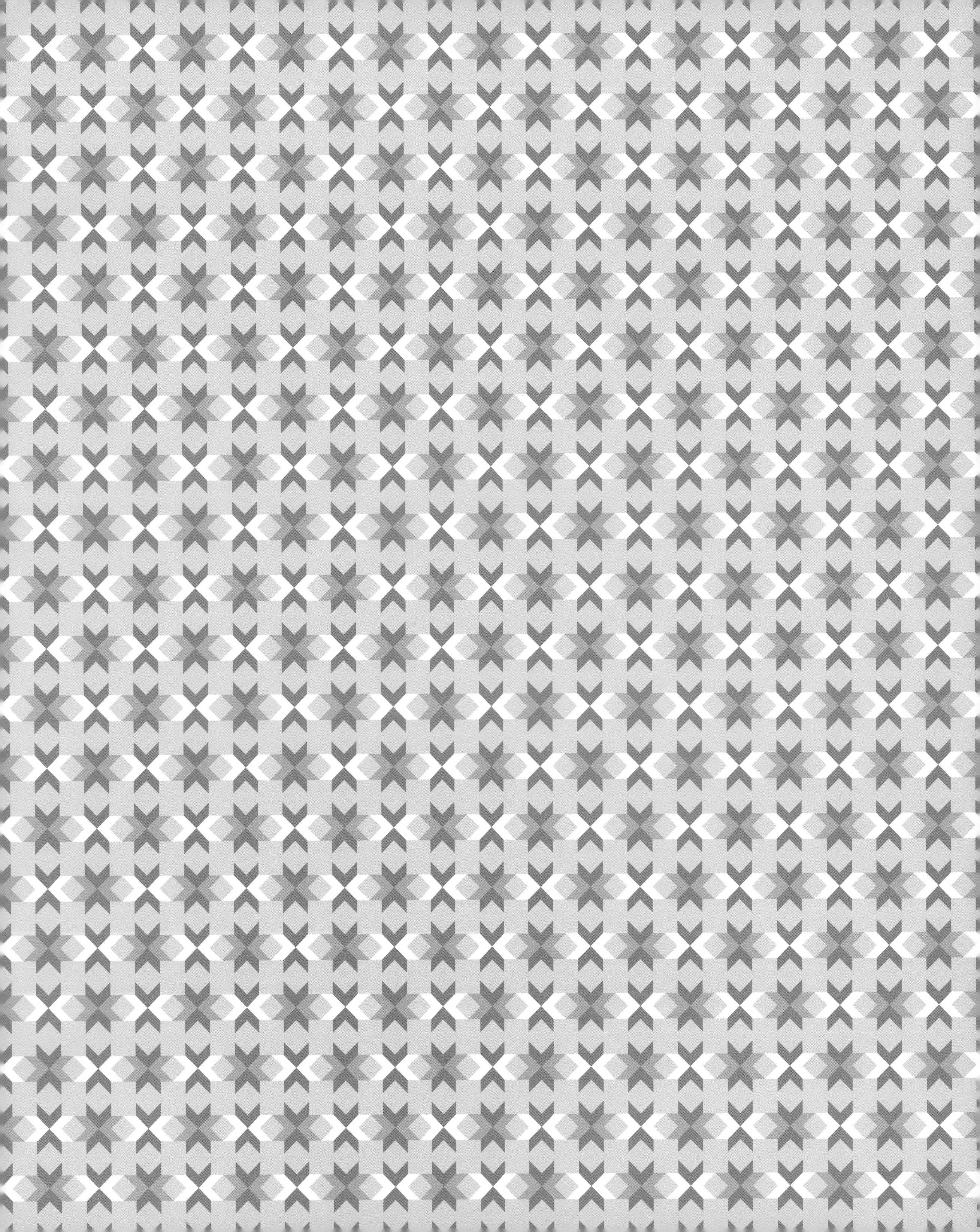

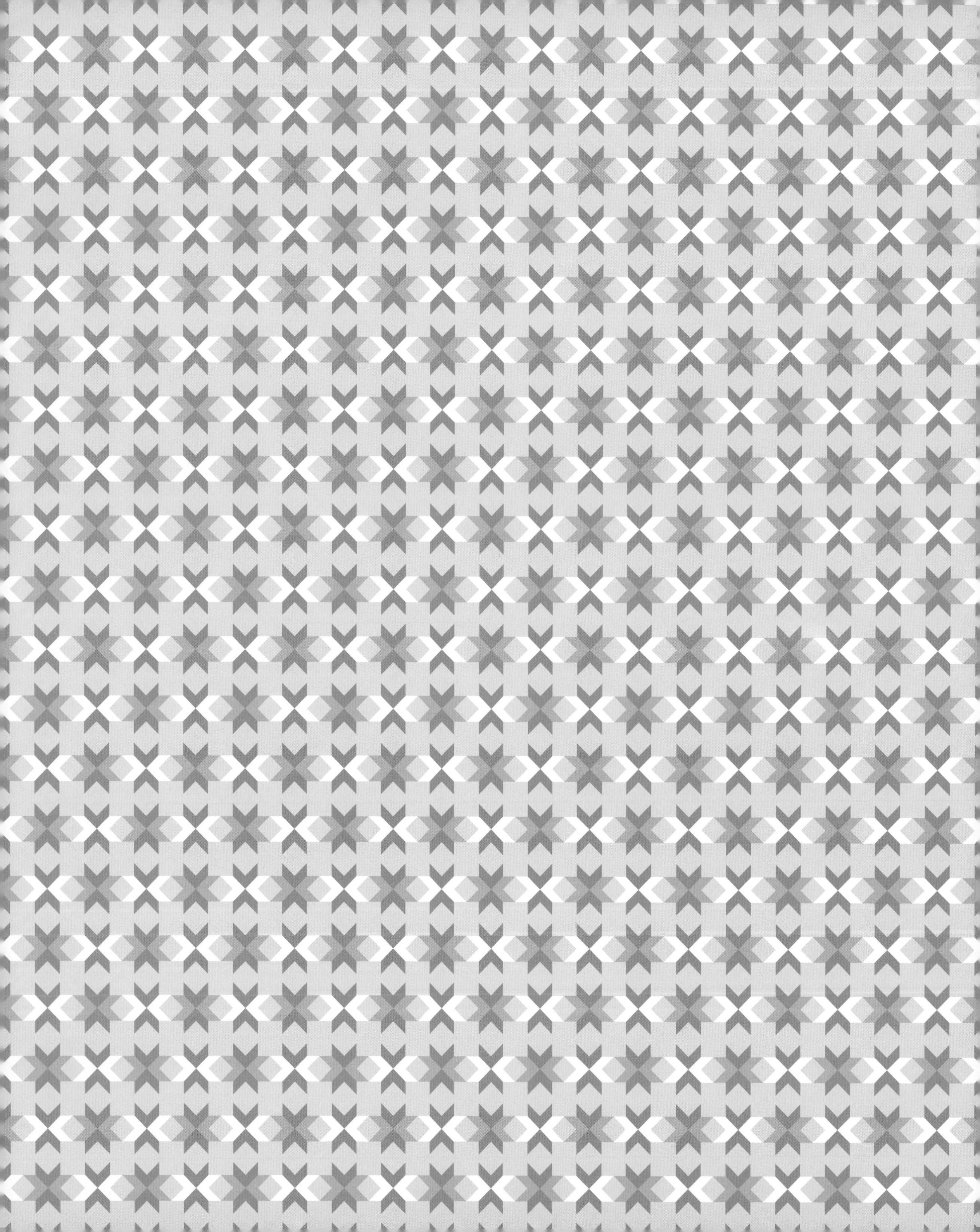

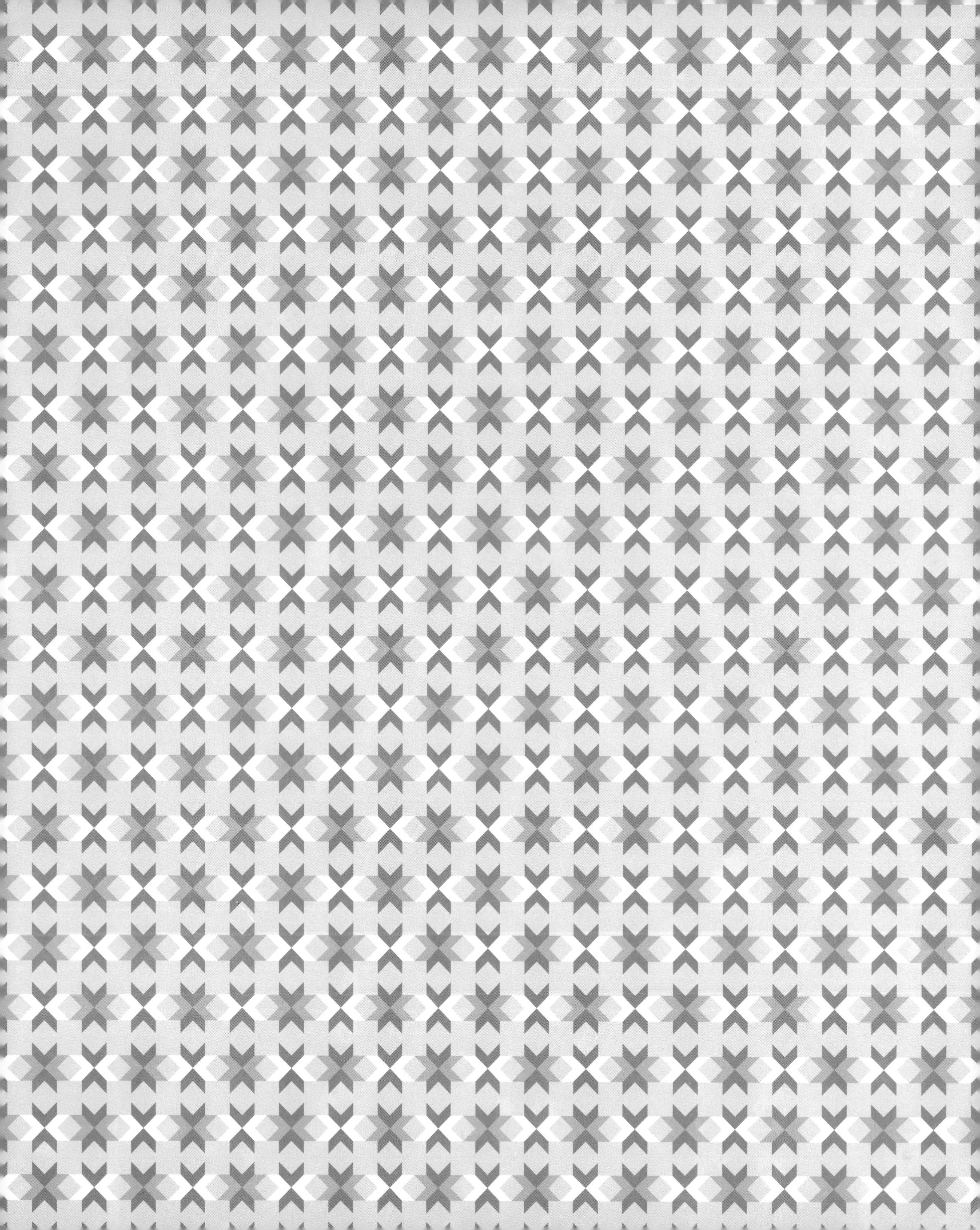

BirtH
Day

Happy

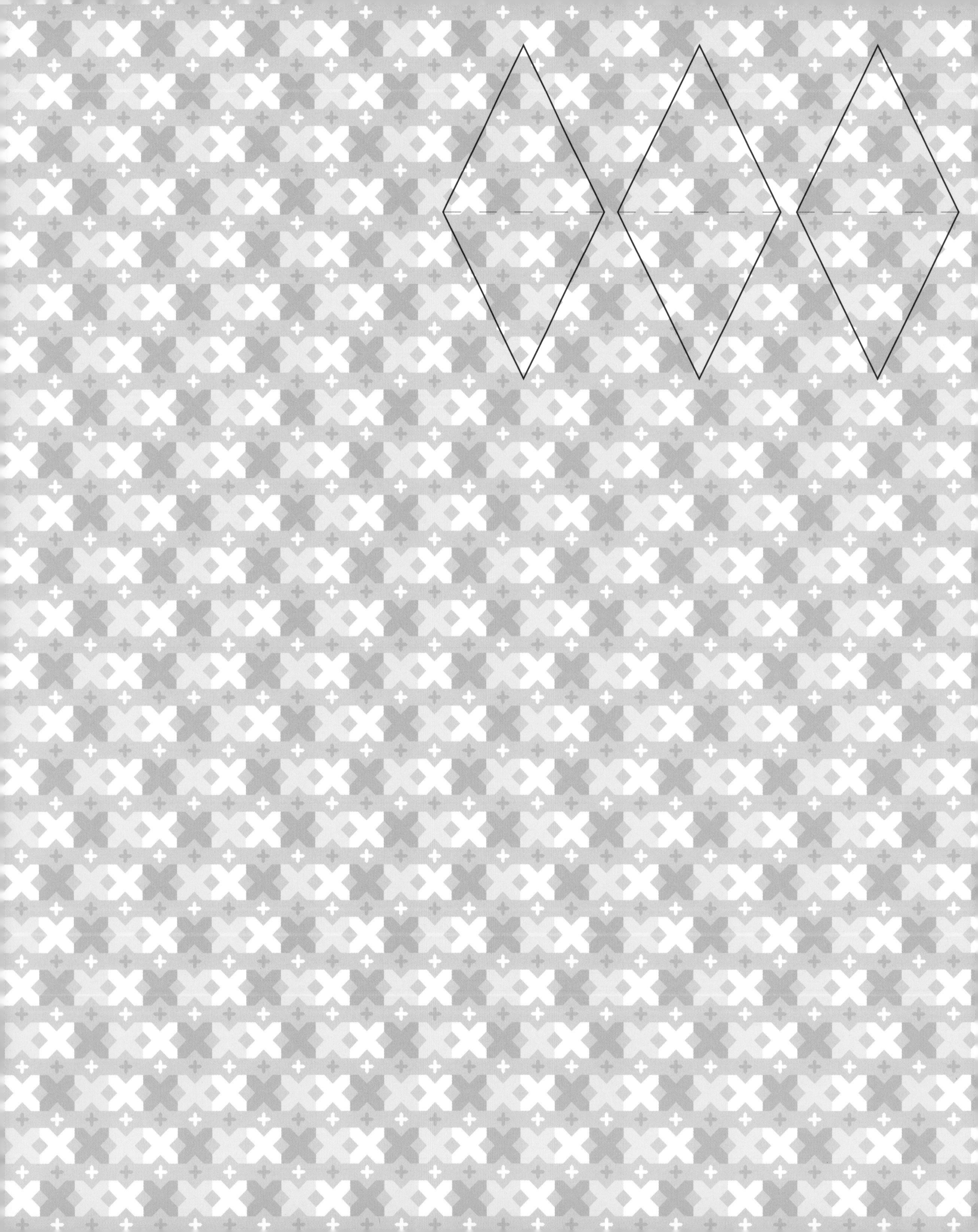

YAY!

Love

Mrs

Mr

Mrs

Mr

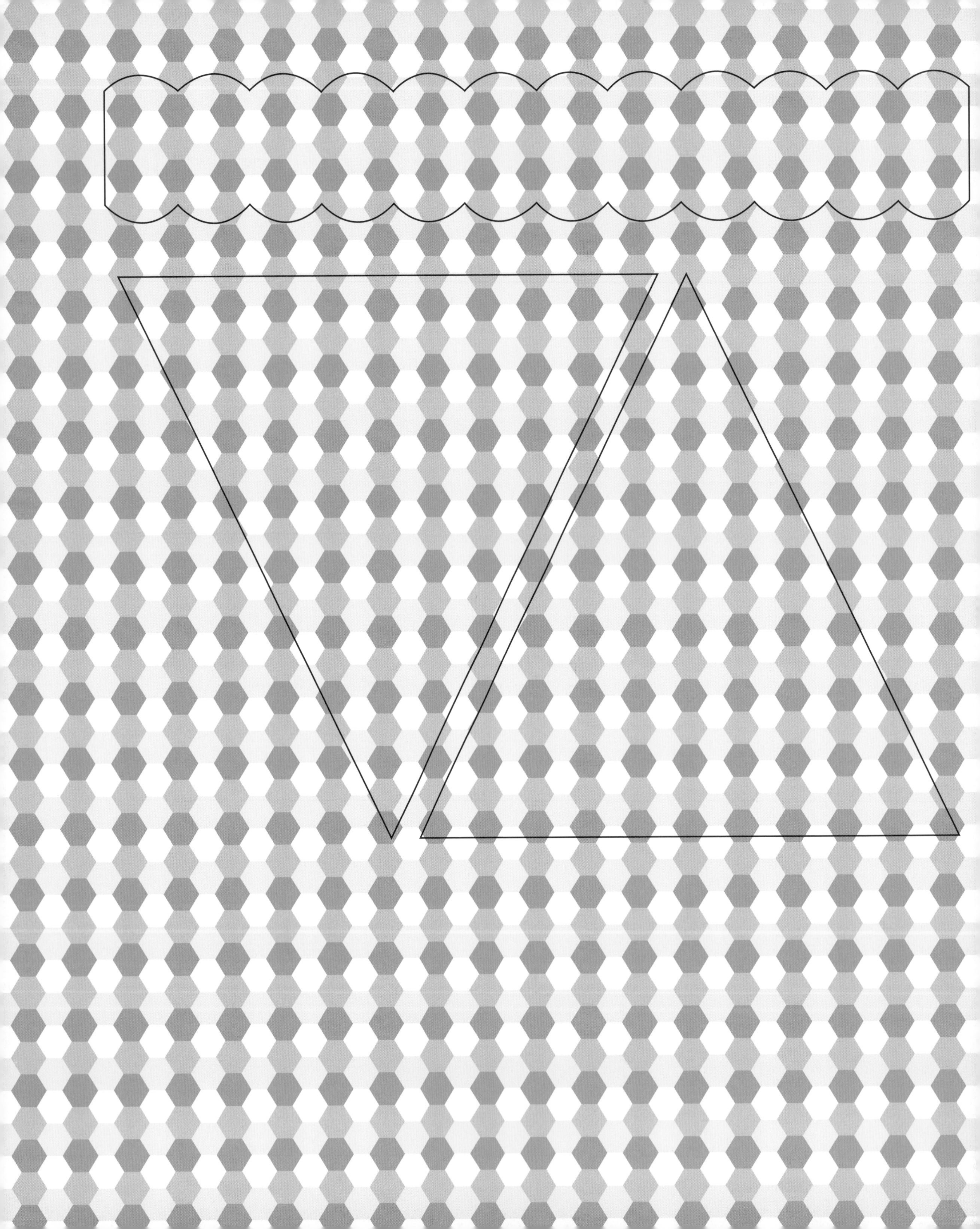

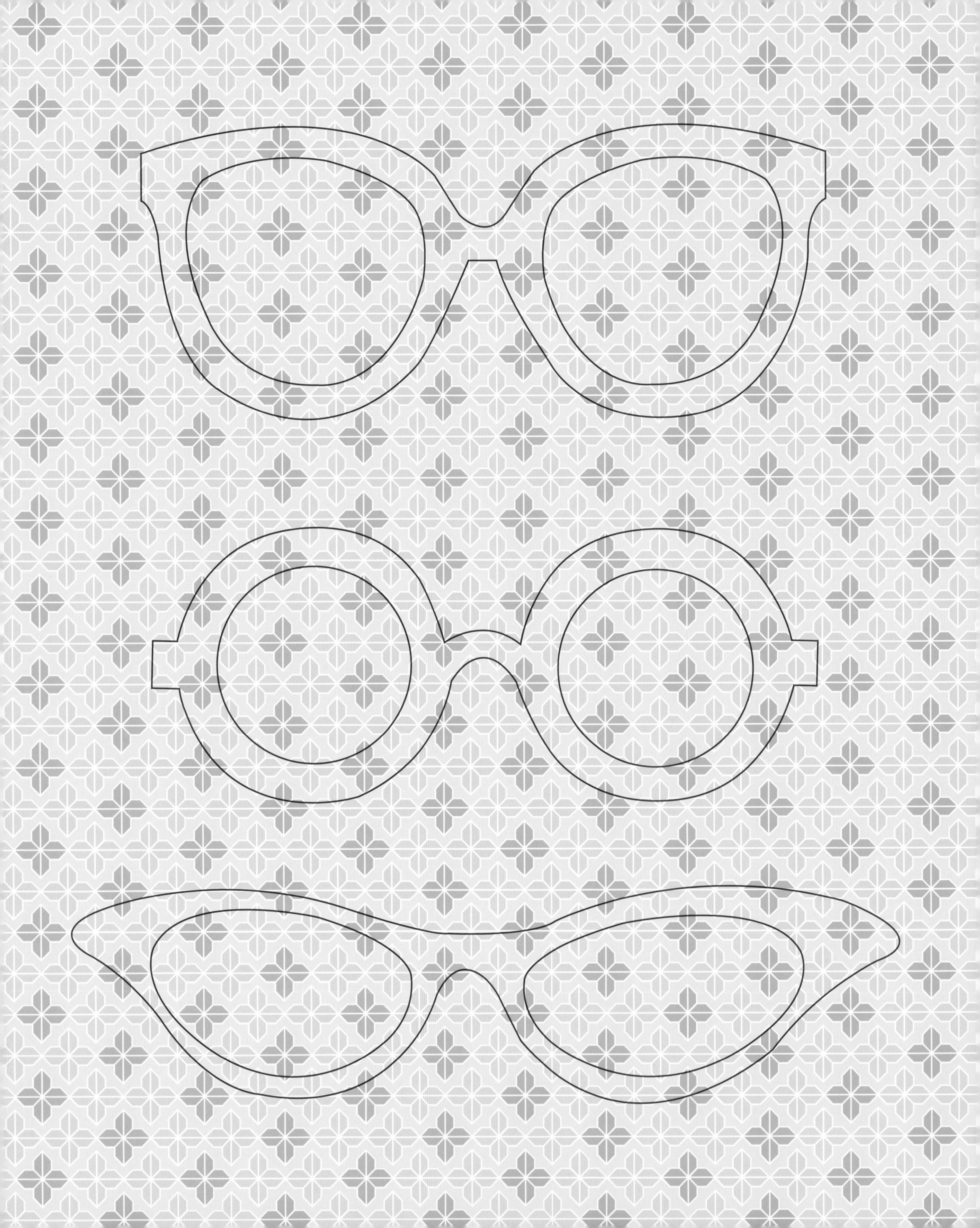

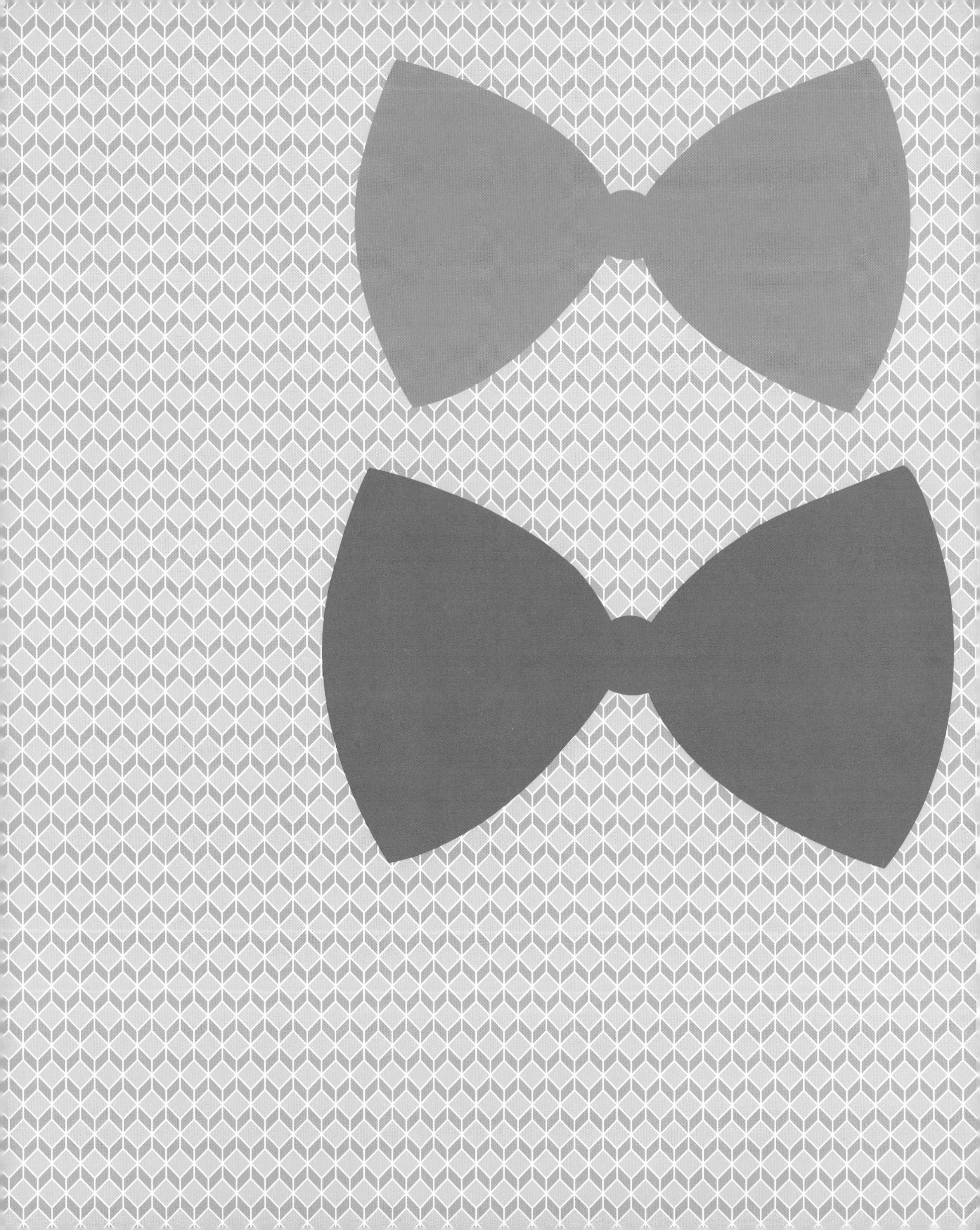